Tủ Sách Bảo Anh Lạc 94

KIM QUANG MINH KINH

SÁM TRAI THIÊN KHÓA

(Nghi Cúng Chư Thiên)

Thích Nữ Giới Hương
biên soạn

Nhà Xuất Bản
HƯƠNG SEN

Contact:
HƯƠNG SEN BUDDHIST TEMPLE
19865 Seaton Avenue, Perris, CA 92570, USA
Tel: 951-657-7272, Cell: 951-616-8620
Email: huongsentemple@gmail.com,
thichnugioihuong@yahoo.com
Facebook:https://www.facebook.com/huongsentemple
Web: www.huongsentemple.com

KIM QUANG MINH KINH

Sám Trai Thiên Khóa

(Nghi Cúng Chư Thiên)

(Chuẩn bị một bàn cúng Chư Thiên ngoài trời với nhang đèn, bông hoa, trái cây, gạo muối, xôi chè...thỉnh Chư Thiên giáng lâm gia hộ cho việc đất đai, động thổ, xây dựng ngôi Tam Bảo và các Phật sự khác)

1. Cúng hương
2. Nguyện Hương
3. Khen ngợi Phật
4. Quán tưởng Phật
5. Đảnh lễ
6. Tán dương chi
7. Chú Đại Bi
8. Hương Hoa Thỉnh Tam Bảo và Chư Thiên
9. Thiên Nữ Thần Chú
10. Tán Tăng Phước Thọ
11. Kệ khai kinh
12. Kim Quang Minh Kinh
13. Cúng dường
14. Cúng thí

***

1. CÚNG HƯƠNG

(Chủ lễ quì ngay thẳng, cầm 3 cây hương dâng ngang trán và niệm)

Nguyện dâng hương mầu nầy
Cúng dường tất cả Phật
Tôn Pháp, chư Bồ Tát
Thinh Văn và Duyên Giác
Cùng các bậc Thánh Hiền
Duyên khởi đài sáng chói
Khắp xông mười phương cõi

Tỏa ngát các chúng sanh

Đều phát tâm Bồ Đề

Xa lìa các vọng nghiệp

Trọn nên Đạo Vô Thượng.

Nam Mô Hương Cúng Dường Bồ Tát
Ma Ha Tát. (3 lần) (o)

Như ngọc giao thiên, hạt sương sa

Biển giác lăn tăn gợn kim ba

Rải khắp đại thiên, sen trắng xoá

Tam muội rửa sạch hết trần ai.

Một giọt biến hằng sa

Thanh tịnh cả sơn hà.

Nam mô Thanh Lương Địa Bồ tát. (3 lần) (o)

Nước cam lồ trên đầu cành liễu

Một giọt biến khắp cả mười phương.

Bao nhiêu cấu uế đều tiêu trừ

Khiến cho đàn tràng được thanh tịnh.

Nam mô Đại bi Quán Thế Âm Bồ tát. (3 lần) (o)

Nam mô Cam Lộ Vương Bồ tát. (3 lần) (o)

2. NGUYỆN HƯƠNG

Hôm nay ngày..................., đệ tử chúng con (chủ lễ) **là**............. (Tỳ- kheo-ni......) **và các Phật tử Chùa Hương Sen, đạo tràng Perris, California, vân tập tại đại hùng bảo điện chùa Hương Sen, Perris, California, Hoa Kỳ, thành tâm thiết lễ Cúng Chư Thiên nhân lễ**..... (Giao thừa, động thổ, xây tháp...), **cúng dường hương hoa bánh trái, đốt nén tâm hương, dốc lòng bái thỉnh Chư Thiên, Thổ trạch, Thần hoàng, nguyện trì tụng Kim Quang Minh Kinh, xưng tán Hồng Danh, tu hành công đức.** (o)

Chúng con kiền thành cung thỉnh mười phương Chư Phật, Thánh Hiền, Duyên Giác, Thanh Văn cùng liệt tổ, Thiện Thần Hộ Pháp với Long Thiên, thiên thân Thánh tử đạo, dũ ánh uy quang giáng tọa tiền, lễ nhạc hương hoa dâng hiến cúng, nguyện cầu giáng phước lễ.... Ngưỡng nguyện mười phương Tam Bảo, từ bi gia hộ.... (quý danh hay đệ tử chúng con), **phiền-não dứt sạch, nghiệp chướng tiêu trừ, thường được an lành, xa lìa khổ ách, cùng hết thảy chúng sanh, một thời đồng chứng Vô Thượng Chánh Đẳng Chánh Giác.** (o)

Nam Mô Thập Phương Thường Trụ Tam Bảo tác đại chứng minh. (3 lần) (o)

3. KHEN NGỢI PHẬT

(đánh khánh)

Đấng Pháp Vương vô thượng

Ba cõi chẳng ai bằng

Thầy dạy khắp trời, người

Cha lành chung bốn loài

Quy y tròn một niệm

Dứt sạch nghiệp ba kỳ

Xưng dương cùng tán thán

Ức kiếp không cùng tận. (o) (1 xá)

4. QUÁN TƯỞNG PHẬT

Phật, chúng sanh tánh thường rỗng lặng

Đạo cảm thông không thể nghĩ bàn

Lưới đế châu ví đạo tràng

Mười phương Phật hiện hào quang sáng ngời

Trước bảo tọa thân con ảnh hiện

Cúi đầu xin thệ nguyện quy y. (o) (1 xá)

5. ĐẢNH LỄ

(Đại chúng đồng tụng)

Chí tâm đảnh lễ:

- Nam Mô tận hư không biến pháp giới quá, hiện, vị lai thập phương chư Phật, Tôn Pháp Hiền Thánh Tăng thường trụ Tam Bảo. (o) (1 lạy)

Chí tâm đảnh lễ:

- Nam Mô Ta Bà Giáo Chủ Bổn Sư Thích Ca Mâu Ni Phật, Đương Lai Hạ Sinh Di Lặc Tôn Phật, Đại Trí Văn Thù Sư Lợi Bồ Tát, Đại Hạnh Phổ Hiền Bồ Tát, Hộ Pháp Chư Tôn Bồ Tát, Linh Sơn Hội Thượng Phật Bồ Tát. (o) (1 lạy)

Chí tâm đảnh lễ:

- Nam Mô Tây Phương Cực Lạc Thế Giới Đại Từ Đại Bi A Di Đà Phật, Đại Bi Quán Thế Âm Bồ Tát, Đại Thế Chí Bồ Tát, Đại Nguyện Địa Tạng Vương Bồ Tát, Thanh Tịnh Đại Hải Chúng Bồ Tát. (o) (1 xá)

6. TÁN DƯƠNG CHI

(Mời đại chúng ngồi xuống và khai chuông mõ)

Cành dương nước tịnh nhiệm mầu

Rưới tắt muôn vàn cảnh khổ đau

Chư Thiên mát mẻ, tâm thanh tịnh

Nhân thế vui tươi, cảnh an nhàn
Cam lồ rưới khắp trần gian
Lửa sân dứt sạch, sen vàng nở hoa.
Nam Mô Thanh Lương Địa Bồ Tát Ma Ha Tát.
(3 lần) (o)

7. CHÚ ĐẠI-BI

Nam Mô Đại Bi Hội Thượng Phật Bồ Tát.
(3 lần) (o)

Thiên thủ thiên nhãn vô ngại đại-bi tâm đà-la-ni.

Nam Mô hắc ra đát na, đa ra dạ da. Nam Môa rị da, bà lô yết đế, thước bát ra da, Bồ-đề tát đỏa bà da, ma ha tát đỏa bà da, ma ha ca lô ni ca da, án, tát bàn ra phạt duệ số đát na đát tỏa.

Nam Mô tất kiết lật đỏa y mông a rị da, bà lô kiết đế thất Phật ra lăng đà bà.

Nam Mô na ra cẩn trì hê rị ma ha bàn đa sa mế, tát bà a tha đậu thâu bằng, a thệ dựng, tát bà tát đa, na ma bà già, ma phạt đạt đậu, đát điệt tha. Án a bà lô hê, lô ca đế, ca ra đế, di hê rị, ma ha bồ-đề tát đỏa, tát bà tát bà, ma ra ma ra, ma hê ma hê, rị đà dựng, cu lô cu lô kiết mông, độ lô độ lô, phạt xà da đế, ma ha phạt xà da đế, đà ra đà ra, địa rị ni, thất Phật ra da, dá ra dá ra. Mạ mạ phạt ma ra, mục đế lệ, y hê y hê, thất na

thất na a ra sâm Phật ra xá-lợi, phạt sa phạt sâm, Phật ra xá da, hô lô hô lô ma ra, hô lô hô lô hê rị, ta ra ta ra, tất rị tất rị, tô rô tô rô, bồ-đề dạ bồ-đề dạ, bồ-đà dạ, bồ-đà dạ, di đế rị dạ, na ra cẩn trì địa rị sắc ni na, ba dạ ma na ta bà ha. Tất đà dạ ta bà ha. Ma ha tất đà dạ ta bà ha. Tất đà du nghệ thất bàn ra dạ, ta bà ha. Na ra cẩn trì ta bà ha. Ma ra na ra ta bà ha. Tất ra tăng a mục khê da, ta bà ha. Ta bà ma ha, a tất đà dạ, ta bà ha. Giả kiết ra a tất đà dạ, ta bà ha. Ba đà ma yết tất đà dạ, ta bà ha. Na ra cẩn trì bàn đà ra dạ, ta bà ha. Ma bà lị thắng yết ra dạ, ta bà ha.

Nam Mô hắc ra đát na, đa ra dạ da. Nam Mô a rị da, bà lô yết đế, thước bàng ra dạ, ta bà ha.

Án tất điện đô, mạn đa ra, bạt đà dạ, ta bà ha.
(3 lần) (o)

Nam mô Thập phương Thường trú Tam Bảo.
(3 lần) (o)

8.1. HƯƠNG HOA NGHÊNH HƯƠNG HOA THỈNH PHẬT BẢO

Nhất tâm phụng thỉnh:

Nam Mô Bổn Sư Thích Ca Mâu Ni Phật,

Đông Phương A Súc Bệ Phật,

Bảo Hoa Lưu Ly Bảo Thắng Phật,

mười phương ba đời hết thảy chư Phật. (o)

Ba nghiệp con tánh như hư không
Mười phương chư Phật cũng như vậy
Không rời chân tế vì chúng sanh
Cùng chúng tới đây thọ cúng dường.(o)

TÁN

Phật bảo ca ngợi không cùng.
Tu hành trải vô lượng kiếp.
Thân cao trượng sáu nguy nga.
Mắt vàng màu tía sáng tử kim.
Từ đỉnh núi Tuyết giác ngộ Chánh đạo.
Giữa đôi mày, bạch ngọc hào sáng rực.
Mở trí tuệ cho cả sáu đạo còn mê.
Nguyện tất cả gặp ba hội Long Hoa,
nghe diễn nói chánh pháp chân tông.
Nam mô Phật Đà Da. (3 lần) (o)

8.2. HƯƠNG HOA NGHÊNH HƯƠNG HOA THỈNH PHÁP BẢO

Nhất tâm phụng thỉnh: Nam mô Đại thừa Kim Quang Minh Hải, mười hai bộ kinh. (o)

Pháp tánh như hư không, chẳng thể thấy
Thường trụ Pháp bảo khó nghĩ bàn
Con nay ba nghiệp như Pháp thỉnh
Duy nguyện hiển hiện thọ cúng dường. (o)

TÁN

Pháp bảo thật khôn lường.
Miệng vàng Như Lai tuyên dương.
Để ở kho tàng dưới đáy biển.
Long vương hoa hương cúng dường.
Người giác tỉnh tụng đọc, vang vang tiếng ngọc.
Sách báu, mỗi chương mỗi phẩm như ráng mặt trời
Rực rỡ trăm màu trong không gian sương mù.
Mỗi dòng chữ là những hạt trân châu,
khác gì đàn nhạn xếp hàng bay đi mỗi khi xuân về.
Nhân xưa, đời nhà Đường, ngài Huyền Trang
đã bao khó nhọc thỉnh ba tạng kinh luật luận,
từ Ấn Độ về Trung Hoa.
Lại do công liệt vị Tổ sư lưu truyền từ vạn cổ.
Nam mô Pháp Đạt Ma. (3 lần) (o)

8.3. HƯƠNG HOA NGHÊNH HƯƠNG HOA THỈNH TĂNG BẢO

Nhất tâm phụng thỉnh: Nam mô Tín Tướng Bồ tát, Kim Cang Bồ Tát, Thường Bi Bồ tát, Pháp Thượng Bồ tát, mười phương ba đời hết thảy Bồ tát, Thanh Văn, Duyên Giác, Hiền Thánh Tăng. (o)

Ba nghiệp con tánh như hư không
Tất cả Bồ tát đều như vậy
Không rời chân tế vì chúng sanh
Cùng chúng tới đây thọ cúng dường. (o)

TÁN

Tăng bảo không thể nghĩ bàn.
Thân đắp ba tấm vân y, ứng dụng trong ba việc lớn
Thuyết Pháp độ quần mê.
Trên đảnh lễ các bậc phước điền,
dưới đích thân làm phước điền
cho quần sanh gieo duyên giải thoát.
Hoà quang đồng trần, tuỳ nghi bổ củi, gánh nước,
hài hòa cả hai cuộc sống đạo và đời.
Trong khoảnh khắc sát na, mảnh phao vượt biển
Cảm ứng quần cơ, kham làm chủ công đức
cõi nhân thiên.

Kiên trì vô lậu giới, con nay cúi đầu nguyện chứng minh

Nguyện được cùng Hiền Thánh Tăng đề huề chấn tích trượng.

Nam mô Tăng Già Da. (3 lần) (o)

8.4. HƯƠNG HOA NGHÊNH HƯƠNG HOA THỈNH CHƯ THIÊN

Nhất tâm phụng thỉnh: Nam mô Đại Phạm Tôn Thiên, Ba mươi ba Cõi Trời, Bốn Vua Hộ Pháp, Tán Chỉ Đại Tướng, Kim Cang Mật Tích, Đại Biện Thiên Thần A Lợi Đế Nẩm, mẹ con quỷ thần, năm trăm quyến thuộc... tất cả đều là đại quyến Bồ tát. Mười phương thiên tiên quỷ thần cùng trong Mỹ quốc, Việt Nam và khắp nơi. Núi cao sông rộng, tất cả linh miếu, trong địa phận thành phố Perris, chùa Hương Sen, bao nhiêu thiên thần linh kỳ, ngay trong trụ xứ chùa Hương Sen, tất cả thánh chúng, thần thủ hộ già lam xương minh chánh Pháp. (o)

Nhất tâm phụng thỉnh:

Nam mô Đệ Nhất Oai Đức,

Thành Tựu Chúng Sự Đại Công Đức Thiên. (o)

9. THIỆN THIÊN NỮ CHÚ

Nam mô Phật Đà

Nam mô Đạt Mạ

Nam mô Tăng Già

Nam mô thất ly., ma ha để tỷ da, đát nễ dã tha, ba ly. phú lầu na giá ly., tam mạn đà, đạt xá ni, ma ha tỳ ha ra dà đế, tam mạn đà, tỳ ni dà đế, ma ha ca rị dã, ba nễ ba ra, ba nễ tát rị phạ lặt tha, tam mạn đà, tu bác lê đế, phú lệ na, a rị na, đạt mạ đế, ma ha tỳ cổ tất đế, ma ha Di Lặc đế, lâu phá tăng kỳ đế, hê đế tỷ, tăng kỳ hê đế, tam mạn đà, a tha nậu đà la ni. (o)

10. TÁN TĂNG PHƯỚC THỌ

Trên hội quang minh

Chư thiên hộ pháp

Nhật nguyệt tinh minh

Sao bắc đẩu soi sáng nhân gian

Giữ gìn quốc độ

Ban bố an khang

Phước thọ miên trường.

Nam mô Tăng Phước Thọ Bồ Tát ma ha tát.

(3 lần) (o)

11. KỆ KHAI KINH

Thăm thẳm cao siêu Pháp nhiệm mầu

Trăm ngàn muôn kiếp khó tìm cầu

Con nay nghe thấy chuyên trì niệm

Nguyện tỏ Như Lai nghĩa nhiệm mầu.

Nam Mô Bổn Sư Thích Ca Mâu Ni Phật.
(3 lần) (o)

Nam mô Khai Bảo Tạng Bồ tát ma ha tát.
(3 lần) (o)

12. KIM QUANG MINH KINH

Phẩm Không Yếu Lược

Thân người hư nguy, sáu nhập như thôn xóm rỗng, chỗ giặc kết sử nương ngụ. Tất cả tự chủ, mỗi mỗi chẳng biết nhau. Mắt thọ sắc, tai nghe thanh, mũi ngửi hương, lưỡi nếm vị, thân tham xúc, ý phân biệt. Tâm huyễn hoá vọng tưởng phân biệt các pháp khiến cho người đời rong ruổi nắm bắt hư không. Chẳng biết sợ tránh cái hại sáu trần như chim đâm đầu vào lưới. Đất nước gió lửa, nhân duyên hoà hợp, tuỳ thời tăng giảm, thể chất hư vọng mà như rắn độc. Bốn rắn ở chung một tráp xung khắc với nhau. Đất và nước tánh chìm xuống. Gió và lửa tánh bốc lên. Tâm thức tháo động không ngừng, tuỳ nghiệp

chịu báo. Thân này mệnh chung, đại tiện, tiểu tiện, máu mủ chảy tràn, dòi bọ lúc nhúc. (o)

Người tu phải kỹ càng quan sát con người và chúng sanh bản tánh không tịch, bốn đại bổn tự không sanh, tánh vốn không thật, vô minh thể tướng vốn bản lai không; năm ấm, sáu nhập, mười hai nhân xoay dần sanh già bệnh chết, ưu bi khổ não. (o)

Nay đoạn ác kiến, dùng trí tuệ lực xé lưới phiền não, chứng vô thượng đạo vi diệu công đức. Chúng sanh mê muội vô lượng khổ não, khiến vào Bồ đề, biết cầu Pháp thân, xả được ái trọng, đầu mắt tay chân, tiền của vợ con, tâm không ái tiếc. Quán pháp tánh không là vô thượng trí. (o)

Nam Mô Linh Sơn Hội Thượng Phật Bồ Tát. (o)

Nam Mô Bổn Sư Thích Ca Mâu Ni Phật. (o)

Nam Mô Bảo Hoa Lưu Ly Bảo Thắng Phật. (o)

Nam Mô Đại Thừa Kim Quang Minh Kinh. (o)

Nam Mô Tín Tướng Bồ Tát. (o)

Nam Mô Kim Cang Tạng Bồ Tát, Thường Bi Bồ Tát, Pháp Thượng Bồ Tát. (o)

Nam Mô Đông Tây kim cổ liệt vị Tổ Sư. (o)

Nam Mô Đệ nhất oai đức thành tựu đại công đức thiên, Hộ Pháp chư Thiên già lam Thánh chúng tôn Thần. (ooo)

13. CÚNG DƯỜNG

Nam Mô Thập Phương Thường Trụ Tam Bảo.
(3 lần) (o)

Quỳ bạch:

Kiền thành hiến hương hoa
Đèn tuệ hồng sáng bao la
Tịnh bình thơm ngát danh trà
Phụng hiến cúng dường Thích Ca.

- Nam mô Bảo Hoa Lưu Ly Bảo Thắng Phật. (o)

- Nam mô Kim Quang Minh Kinh. (o)

- Nam mô Đệ nhất Oai đức Thành tựu Chúng sự Đại công đức Thiên. (o)

14. CÚNG THÍ

(Ra bàn thiên lấy gạo, muối, cháo, nước... rải bốn phía, thí các quỷ thần và quán tưởng vô số thiên tiên tới thọ hưởng tịnh thí và pháp thí. Các vị xuất gia thành kính xưng danh, xá nhưng không lạy).

Chúng con phu thiết cúng dường đạo tràng
Thắp hương đèn, món ăn tinh khiết
Phụng cúng chư Phật, Thế Tôn
Đại thừa kinh điển, Bồ- tát, Thánh Hiền
Công đức đại thiên, Đại Biện, bốn vua Phạm Thích,

Thiên Long Bát Bộ, Thánh chúng
Duy nguyện Tam-bảo, Thiên Tiên,
xót thương nạp thọ. (o)

Dùng oai thần lực khiến các thứ cúng dường
Hiển hiện mười phương tất cả các cõi Phật
Như mây che khắp, như mưa thấm nhuần
Rộng làm Phật sự, đẳng huân chúng sanh
Phát tâm Bồ-đề, đồng viên chủng trí. (o)

Tôi nay y lời Phật dạy, đem những món ăn
khắp thí mười phương quỷ thần.
Nguyện thần minh oai quyền tự tại
Khắp đồng họp tập, cùng thọ pháp thực
Sung túc đầy đủ, thần lực mạnh thêm.
Biết chỗ chúng tôi mong cầu giúp cho mãn nguyện.
Xin đem phước lợi này khắp nhuận hàm linh
Đồng hưởng an vui mãi mãi. (o)

Hỡi chúng Địa kỳ, Thiên Tiên, vua quan.
Tôi nay khắp cúng dường.
Thức ăn biến mười phương.
Tất cả Địa kỳ, Thiên Tiên, vua quan chung hưởng. (o)

Nguyện đem công đức này
Phổ cập tới tất cả,
Kẻ thí người thọ
Đều trọn thành Phật đạo. (o)

15. BÁT NHÃ TÂM KINH

Khi Ngài Quán Tự Tại Bồ Tát thực hành sâu xa pháp Bát Nhã Ba La Mật Đa, Ngài soi thấy năm uẩn đều không, qua hết thảy khổ ách.

"Này Xá Lợi Phất, sắc chẳng khác không, không chẳng khác sắc, sắc tức là không, không tức là sắc. Thọ, Tưởng, Hành, Thức cũng đều như thế".

"Này Xá Lợi Phất, 'tướng không của mọi pháp' không sanh, không diệt, không dơ, không sạch, không thêm, không bớt, nên trong 'chân không', không có sắc, không có thọ, tưởng, hành, thức, không có mắt, tai, mũi, lưỡi, thân, ý, không có sắc, thinh, hương, vị, xúc, pháp, không có nhãn giới, cho đến không có ý thức giới, không có vô minh, cũng không có cái hết vô minh, cho đến không có già chết, cũng không có cái hết già chết, không có khổ, tập, diệt, đạo, không có trí huệ, cũng không có chứng đắc.

Vì không có chỗ chứng đắc, nên Bồ Tát y theo Bát Nhã Ba La Mật Đa, tâm không ngăn ngại. Vì

không ngăn ngại, nên không sợ hãi, xa hẳn điên đảo, mộng tưởng, đạt tới cứu cánh Niết Bàn.

Chư Phật trong ba đời cũng y theo Bát Nhã Ba La Mật Đa, được đạo quả vô thượng chánh đẳng chánh giác.

Nên biết Bát Nhã Ba La Mật Đa là Đại Thần Chú, là Đại Minh Chú, là Vô Thượng Chú, là Vô Đẳng Đẳng Chú, trừ được hết thảy khổ, chân thật không hư".

Vì vậy, liền nói Chú Bát Nhã Ba La Mật Đa:

"Yết đế, yết đế, ba la yết đế, ba la tăng yết đế, bồ đề tát bà ha". (3 lần) (o)

16. DƯỢC SƯ QUÁN ĐỈNH CHÂN NGÔN

Nam mô Bạc già phạt đế, bệ sát xã, lũ lô thích lưu ly, bác lặc bà, hắc ra xà dã. Đát tha yết đa tha, a ra hắc đế. Tam miệu tam bột đà da, đát điệt tha. Án bệ sát thệ, bệ sát thệ, bệ sát xã, tam một yết đế toá ha. (3 lần) (o)

17. NIỆM PHẬT

Bậc Đại Giác viên mãn xuất hiện nơi cõi Ta Bà

Tấm lòng ôm trọn cả thái hư,

Trí giác soi cùng đại thiên thế giới,

Xin rủ lòng từ, xót thương minh chứng.

Thế Tôn dung mạo như vầng nguyệt.
Lại như mặt nhật phóng quang minh
Hào quang trí tuệ chiếu muôn phương
Hỷ xả từ bi đều thấm nhuận. (o)

Nam Mô Bổn Sư Thích Ca Mâu Ni Phật. (3 lần) (o)
Nam Mô Đương Lai Hạ Sanh Di Lặc Tôn Phật. (3 lần) (o)
Nam Mô A Di Đà Phật. (3 lần) (o)
Nam Mô Quan Thế Âm Bồ Tát. (3 lần) (o)
Nam Mô Đại Thế Chí Bồ Tát. (3 lần) (o)
Nam Mô Địa Tạng Vương Bồ Tát. (3 lần) (o)
Nam Mô Thanh Tịnh Đại Hải Chúng Bồ Tát. (3 lần) (ooo)

18. TIÊU TAI GIÁNG KIẾT TƯỜNG THẦN CHÚ

Nẳng mồ tam mãn đa, mẫu đà nẩm. Á bát ra để, hạ đa xá ta nẳng nẩm. Đát điệt tha. Án, khê khê, khê hế, khê hế, hồng hồng, nhập phạ ra, nhập phạ ra, bát ra nhập phạ ra, bát ra nhập phạ ra, để sắc sá, để sắc sá, sắc trí rị, sắc trí rị, ta phấn tra, ta phấn tra, phiến để ca thất rị duệ, ta phạ ha. (3 lần) (o)

19. NGUYỆN AN LÀNH

Nguyện ngày an lành, đêm an lành
Đêm ngày sáu thời đều an lành
Tất cả các thời đều an lành
Xin đấng Từ Bi thường gia hộ. (o)

Nguyện ngày an lành, đêm an lành
Đêm ngày sáu thời đều an lành
Tất cả các thời đều an lành,
Xin nguyện Tam Bảo thường gia hộ. (o)

Nguyện ngày an lành, đêm an lành
Đêm ngày sáu thời đều an lành
Tất cả các thời đều an lành,
Xin nguyện Hộ Pháp thường ủng hộ. (ooo)

20. HỒI HƯỚNG

Cúng Chư Thiên công đức, hạnh nhiệm mầu
Thắng phước bao nhiêu con nguyện cầu
Tất cả chúng sanh trong pháp giới
Hướng về Phật Pháp tỏ đạo mầu.
Nguyện cho ba chướng tiêu tan

Phiền não dứt sạch, huệ căn sáng ngời
Cầu cho con được đời đời
Hành Bồ Tát Đạo, cứu đời lầm than.
Nguyện sanh Tây Phương, cõi Lạc Bang
Cha mẹ, sen vàng chín phẩm sanh
Hoa nở, thấy Phật, quả viên thành
Các vị Bồ Tát bạn lành với ta. (o)

21. PHỤC NGUYỆN

Nam mô A Di Đà Phật

Tam bảo chứng minh, oai thần hộ niệm, Bồ tát, Thanh văn. Phạm vương, Đế thích và Tứ Thiên vương chúng, Thiên long bát bộ, Hộ pháp thần phương, hết thảy thiện thần rủ lòng từ bi gia hộ.

Hiện tiền đệ tử chúng con (chủ lễ) **là .....** (Tỳ-kheo-ni.....) **thành tâm thiết lễ Cúng Chư Thiên nhân lễ.....** (Giao thừa, động thổ, xây tháp...), **cúng dường hương hoa bánh trái, đốt nén tâm hương, dốc lòng bái thỉnh Chư Thiên, Thổ trạch, Thần hoàng, nguyện trì tụng Kim Quang Minh Kinh, xưng tán Hồng Danh, tu hành công đức, chuyên vì hồi hướng cầu nguyện cho ngôi Tam Bảo chùa Hương Sen luôn luôn bình an và hưng thịnh.** (o)

Ngưỡng nguyện mười phương Tam Bảo, từ

bi gia hộ.... (quý danh hay đệ tử chúng con) **luôn được bình an và mạnh khỏe. Phật sự, Pháp sự đều được thành tựu viên mãn tốt đẹp. Cầu nguyện cho việc xây dựng các hạng mục công trình trong khuôn viên chùa Hương Sen, Thành phố Perris, Tiểu bang California sớm được hoàn thành viên mãn, quý ban lãnh đạo chính quyền, thầy thợ, các công ty đại gia tín chủ, nhân dân trong và ngoài thành phố, người góp công, góp của đều được bình an, cát khánh, điều lành mang đến, việc xấu qua đi, ách nạn vụt tiêu, tiêu tai giải hạn, gia đình hưng thịnh, con cháu hòa vui.** (o)

Kế nguyện cầu an các Phật tử hiện diện tại Đạo tràng, gia quyến đồng thân ba chướng tiêu trừ, thiện căn tăng trưởng, đạo tâm vững tiến, gia quyến an vui, thân thể an khang , mạng vị lâu dài, bốn mùa không chút tai ương, quanh năm thêm lành cát khánh. Khắp nguyện mười phương Tăng Ni Phật tử bốn mùa an lạc, chốn ở phong nhiêu, phước huệ song tu, tùy tâm mãn nguyện. Hiện tiền Bồ đề tâm khai phát, Phật sự viên thành, mai sau được Phật A Di Đà thọ ký. (o)

Kế nguyện cầu siêu.... (tên họ, pháp danh, hưởng thọ/dương...)

Nguyện chư giác linh báo thân đã mãn, cõi Phật sen khai, Pháp tính thường quang, chân linh không diệt, trụ Ta bà về hoá độ hiện vô sinh. Kế nguyện cầu siêu cho tất cả vong linh khuất

mày khuất mặt, hữu danh vô danh. Các vị thần nhà, thần cửa thần gò, thần núi thần cây, thần sông thần hư không, các vị thần ma hầu ma già, các cô hồn quỷ đói, các vong linh vất vưởng hoặc gần hoặc xa, rộng cùng mười phương chư hương linh anh hùng liệt sĩ vì nước hy sinh, đồng bào tử nạn, mười phương trăm họ, Mười hai loại cô hồn ai nấy đều được thụ hưởng tịnh thực, pháp thực no đủ và phù hộ cho ngôi Tam bảo chùa Hương Sen luôn được bình an và hưng vượng. (o)

Cầu nguyện chư vị phát tâm Bồ đề, đồng đến trước tam bảo dự Pháp nghe Kinh, sớm xả đường mê, sinh về Tịnh độ, siêu sanh cõi An Lạc vô lượng kiếp tới nay tội nay tiêu diệt. Khấp nguyện âm siêu dương thái, Pháp giới chúng sanh đồng thành Phật đạo. (o)

Đại chúng: **Nam Mô A Di Đà Phật.** (o)

22. KÍNH LỄ BỐN ÂN BA CÕI

(Đại chúng đứng lên)

Bao nhiêu tất cả nhân sư tử

Mười phương ba đời cùng các cõi

Con đem thân miệng ý thanh tịnh

Lạy khắp tất cả không còn dư. (o)

Nhất tâm đảnh lễ, đệ tử chúng con đại vì bốn ân ba cõi chí thành đảnh lễ:

Nam Mô Quá Khứ Trang Nghiêm Kiếp Thiên Phật. (o) (1 lạy)

Nhất tâm đảnh lễ, đệ tử chúng con đại vì bốn ân ba cõi chí thành đảnh lễ:

Nam Mô Hiện Tại Hiền Kiếp Thiên Phật. (o) (1 lạy)

Nhất tâm đảnh lễ, đệ tử chúng con đại vì bốn ân ba cõi chí thành đảnh lễ:

Nam Mô Vị Lai Tinh Tú Kiếp Thiên Phật. (o) (1 lạy)

23. TAM QUY

Con nương theo Phật, cầu cho chúng sanh
Tin chắc Đạo cả, phát lòng vô thượng. (o) (1 lạy)

Con nương theo Pháp, cầu cho chúng sanh
Thấu rõ kinh tạng, trí huệ như biển. (o) (1 lạy)

Con nương theo Tăng, cầu cho chúng sanh
Kính tín hòa hợp, tất cả không ngại. (ooo) (1 lạy)

24. BÀI KỆ CHƯ THIÊN

Trời, A-tu-la, Dạ xoa thảy
Đến nghe pháp đó nên chí tâm
Ủng hộ Phật pháp khiến thường còn

Mỗi vị siêng tu lời Phật dạy.
Bao nhiêu người nghe đến chốn này
Hoặc trên đất liền hoặc hư không
Thường với người đời sanh lòng từ
Ngày đêm tự mình nương pháp ở.
Nguyện các thế giới thường an ổn
Phước trí vô biên lợi quần sanh
Bao nhiêu tội chướng thảy tiêu trừ
Xa lìa các khổ về viên tịch.
Hằng dùng giới hương xoa vóc sáng
Thường trì định phục để giúp thân
Hoa mầu bồ đề khắp trang nghiêm
Tùy theo chỗ ở thường an lạc. (o)
Nam mô Tam Châu Cảm Ứng
Hộ Pháp Vi Đà Tôn Thiên Bồ Tát Ma Ha Tát.
(3 lần) (o)

TỦ SÁCH BẢO ANH LẠC

do Ni Sư Tiến Sĩ TN Giới Hương biên soạn

1.1. SÁCH TIẾNG VIỆT

1. *Bồ-tát và Tánh Không Trong Kinh Tạng Pali và Đại Thừa.*
2. *Ban Mai Xứ Ấn -Tuyển tập các Tiểu Luận Phật Giáo* (3 tập).
3. *Vườn Nai – Chiếc Nôi.*
4. *Quy Y Tam Bảo và Năm Giới.*
5. *Vòng Luân Hồi.*
6. *Hoa Tuyết Milwaukee.*
7. *Luân Hồi trong Lăng Kính Lăng Nghiêm.*
8. *Nghi Thức Hộ Niệm, Cầu Siêu.*
9. *Quan Âm Quảng Trần.*
10. *Nữ Tu và Tù Nhân Hoa Kỳ.*
11. *Nếp Sống Tỉnh Thức của Đức Đạt Lai Lạt Ma Thứ XIV.*
12. *A-Hàm: Mưa pháp chuyển hóa phiền não*, 2 tập.
13. *Góp Từng Hạt Nắng Perris.*
14. *Pháp Ngữ của Kinh Kim Cang.*
15. *Tập Thơ Nhạc Nắng Lăng Nghiêm.*

16. *Nét Bút Bên Song Cửa.*
17. *Máy Nghe MP3 Hương Sen* (Hương Sen Digital Mp3 Radio Speaker): Các Bài Giảng, Sách, Bài viết và Thơ Nhạc của Thích Nữ Giới Hương (383/201 bài).
18. *DVD Giới Thiệu về Chùa Hương Sen.*
19. *Ni Giới Việt Nam Hoằng Pháp tại Hoa Kỳ.*
20. *Tuyển Tập 40 Năm Tu Học & Hoằng Pháp của Ni sư Giới Hương*, Thích Nữ Viên Quang, TN Viên Nhuận, TN Viên Tiến, and TN Viên Khuông.
21. *Tập Thơ Nhạc Lối Về Sen Nở.*
22. *Nghi Thức Công Phu Khuya – Thần Chú Thủ Lăng Nghiêm.*
23. *Nghi Thức Cầu An – Kinh Phổ Môn.*
24. *Nghi Thức Cầu An – Kinh Dược Sư.*
25. *Nghi Thức Sám Hối Hồng Danh.*
26. *Nghi Thức Công Phu Chiều – Mông Sơn Thí Thực.*
27. *Khóa Tịnh Độ – Kinh A Di Đà.*
28. *Nghi Thức Cúng Linh và Cầu Siêu.*
29. *Nghi Lễ Hàng Ngày - 50 Kinh Tụng và các Lễ Vía trong Năm.*
30. *Hương Đạo Trong Đời 2022* - Tuyển tập 60 Bài Thi trong Cuộc Thi Viết Văn Ứng Dụng Phật Pháp 2022.
31. *Hương Pháp 2022* (Tuyển Tập Các Bài Thi Trúng Giải Cuộc Thi Viết Văn Ứng Dụng Phật Pháp 2022).
32. *Giới Hương - Thơm Ngược Gió Ngàn*, Nguyên Hà.
33. *Pháp Ngữ Kinh Hoa Nghiêm* (2 tập).
34. *Tinh Hoa Kinh Hoa Nghiêm*. Thích Nữ Giới Hương.

NXB Hương Sen.

35. *Phật Giáo – Tầm Nhìn Lịch Sử Và Thực Hành*. Hiệu đính: Thích Hạnh Chánh và Thích Nữ Giới Hương.
36. *Nhật ký Hành Thiền Vipassana và Kinh Tứ Niệm Xứ.*
37. *Nghi cúng Giao Thừa.*
38. *Nghi cúng Rằm Tháng Giêng.*
39. *Nghi thức Lễ Phật Đản.*
40. *Nghi thức Vu Lan.*
41. *Lễ Vía Quan Âm.*
42. *Nghi cúng Thánh Tổ Kiều Đàm Di.*
43. *Nghi thức cúng Tổ và Giác linh Sư trưởng.*
44. *Nghi Lễ Chẩn Tế Mười Hai Loại Cô Hồn*
45. *Kỷ Yếu Lễ Tưởng Niệm Thánh Tổ Kiều Đàm Di tại Chùa Hương Sen năm 2024*
46. *Nghi Thức Cầu Siêu Chư Hương Linh Thai Nhi*
47. *Kim Quang Minh Kinh Sám Trai Thiên Khóa Nghi*
48. *Phật Giáo và Thánh Tích Sri Lanka*

1.2. SÁCH TIẾNG ANH

1. *Boddhisattva and Sunyata in the Early and Developed Buddhist Traditions.*
2. *Rebirth Views in the Śūraṅgama Sūtra.*
3. *Commentary of Avalokiteśvara Bodhisattva.*
4. *The Key Words in Vajracchedikā Sūtra.*
5. *Sārnātha-The Cradle of Buddhism in the Archeological View.*

6. *Take Refuge in the Three Gems and Keep the Five Precepts.*
7. *Cycle of Life.*
8. *Forty Years in the Dharma: A Life of Study and Service—Venerable Bhikkhuni Giới Hương.*
9. *Sharing the Dharma -Vietnamese Buddhist Nuns in the United States.*
10. *A Vietnamese Buddhist Nun and American Inmates.*
11. *Daily Monastic Chanting.*
12. *Weekly Buddhist Discourse Chanting.*
13. *Practice Meditation and Pure Land.*
14. *The Ceremony for Peace.*
15. *The Lunch Offering Ritual.*
16. *The Ritual Offering Food to Hungry Ghosts.*
17. *The Pureland Course of Amitabha Sutra.*
18. *The Medicine Buddha Sutra.*
19. *The New Year Ceremony.*
20. *The Great Parinirvana Ceremony.*
21. *The Buddha's Birthday Ceremony.*
22. *The Ullambana Festival (Parents' Day).*
23. *The Marriage Ceremony.*
24. *The Blessing Ceremony for The Deceased.*
25. *The Ceremony Praising Ancestral Masters.*
26. *The Enlightened Buddha Ceremony.*
27. *The Uposatha Ceremony (Reciting Precepts)*

28. *Buddhism: A Historical And Practical Vision.* Edited by Ven. Dr. Thich Hanh Chanh and Ven. Dr. Bhikṣuṇī TN Gioi Huong.

29. *Contribution of Buddhism For World Peace & Social Harmony.* Edited by Ven. Dr. Buddha Priya Mahathero and Ven. Dr. Bhikṣuṇī TN Gioi Huong.

30. *Global Spread of Buddhism with Special Reference to Sri Lanka.* Buddhist Studies Seminar in Kandy University. Edited by Prof. Ven. Medagama Nandawansa and Dr. Bhikṣuṇī TN Gioi Huong.

31. *Buddhism In Sri Lanka During The Period of 19th to 21st Centuries.* Buddhist Studies Seminar in Colombo. Edited by Prof. Ven. Medagama Nandawansa and Dr. Bhikṣuṇī TN Gioi Huong.

32. *Diary: Practicing Vipassana and the Four Foundations of Mindfulness Sutta.*

1.3. SÁCH SONG NGỮ (VIETNAMESE-ENGLISH)

1. *Bản Tin Hương Sen: Xuân, Phật Đản, Vu Lan (*Hương Sen Newsletter: Spring, Buddha Birthday and Vu Lan, annual/ Mỗi Năm).

2. *Danh Ngôn Nuôi Dưỡng Nhân Cách - Good Sentences Nurture a Good Manner.*

3. *Văn Hóa Đặc Sắc của Nước Nhật Bản-Exploring the Unique Culture of Japan.*

4. *Sống An Lạc dù Đời không Đẹp như Mơ - Live Peacefully though Life is not Beautiful as a Dream.*

5. *Hãy Nói Lời Yêu Thương-Words of Love and Understanding.*

6. *Văn Hóa Cổ Kim qua Hành Hương Chiêm Bái -The Ancient- Present Culture in Pilgrim.*
7. *Nghệ Thuật Biết Sống - Art of Living.*
8. *Dharamshala - Hành Hương Vùng Đất Thiêng, Ấn Độ, Dharamshala - Pilgrimage to the Sacred Land, India.*

1.4. SÁCH CHUYỂN NGỮ

1. *Xá Lợi Của Đức Phật* (Relics of the Buddha), Tham Weng Yew.
2. *Sen Nở Nơi Chốn Tử Tù* (Lotus in Prison), many authors.
3. *Chùa Việt Nam Hải Ngoại* (Overseas Vietnamese Buddhist Temples).
4. *Việt Nam Danh Lam Cổ Tự* (The Famous Ancient Buddhist Temples in Vietnam).
5. *Hương Sen, Thơ và Nhạc* – (Lotus Fragrance, Poem and Music).
6. *Phật Giáo-Một Bậc Đạo Sư, Nhiều Truyền Thống* (Buddhism: One Teacher – Many Traditions), Đức Đạt Lai Lạt Ma 14th & Ni Sư Thubten Chodren.
7. *Cách Chuẩn Bị Chết và Giúp Người Sắp Chết-Quan Điểm Phật Giáo* (Preparing for Death and Helping the Dying – A Buddhist Perspective)

2. ALBUMS NHẠC

Từ Thơ Thích Nữ Giới Hương

1. *Đào Xuân Lộng Ý Kinh* (The Buddha's Teachings Reflected in Cherry Flowers).

2. *Niềm Tin Tam Bảo* (Trust in the Three Gems).
3. *Trăng Tròn Nghìn Năm Đón Chờ Ai* (Who Is the Full Moon Waiting for for Over a Thousand Years?).
4. *Ánh Trăng Phật Pháp* (Moonlight of Dharma-Buddha).
5. *Bình Minh Tỉnh Thức* (Awakened Mind at the Dawn) (*Piano Variations for Meditation*).
6. *Tiếng Hát Già Lam* (Song from Temple).
7. *Cảnh Đẹp Chùa Xưa* (The Magnificent, Ancient Buddhist Temple).
8. *Karaoke Hoa Ưu Đàm Đã Nở* (An Udumbara Flower Is Blooming).
9. *Hương Sen Ca* (Hương Sen's Songs)
10. *Về Chùa Vui Tu* (Happily Go to Temple for Spiritual Practices)
11. *Gọi Nắng Xuân Về* (Call the Spring Sunlight).
12. *Đệ Tử Phật*. Thơ: Thích Nữ Giới Hương, Nhạc: Uy Thi Ca & Giác An, volume 4, năm 2023.

Mời xem: http://www.huongsentemple.com/index.php/ kinh-sach/tu-sach-bao-anh-lac

www.ingramcontent.com/pod-product-compliance
Lightning Source LLC
LaVergne TN
LVHW050827051026
849532LV00008B/3159
9798330253876

www.ingramcontent.com/pod-product-compliance
Lightning Source LLC
LaVergne TN
LVHW050827051026
849532LV00008B/3159
* 9 7 9 8 3 3 0 2 5 3 8 7 6 *